ഉള്ളടക്കം

തുപ്പൽകോളാമ്പി...............................

This page is intentionally left Blank.

തുപ്പൽകോളാമ്പി
(കാവ്യം)

കൊടുങ്ങല്ലൂർ കുഞ്ഞിക്കുട്ടൻ തമ്പുരാൻ

Title: Thuppal Kolampi

Author: Kodungallur Kunjikkuttan Thampuran

Language: Malayalam

First Published on: 2024

Published on: 2024

Book Format: Paperback

Category: Poetry

Subject: Religious, Poetry

No. of pages: 31

*Size: 6inch * 9inch*

തുപ്പൽകോളാമ്പി

പുരാണവേദപ്പൊരുളായ് വിളങ്ങിടും
പുരാദിദാരങ്ങളെ വീണുകൂപ്പി ഞാൻ
പുരാതനന്മാരിലുദിച്ച ഭക്തിയാൽ
പുരാണവൃത്തം പറയുന്നു കേൾക്കുവിൻ. 1

ഒരുനാളൊരു വീട്ടിനുള്ളിൽ വെച്ചി-
ട്ടൊരു ഭർത്താവൊരു ഭാര്യയോടു ഗൂഢം
പരിചോടു പറഞ്ഞൊരിച്ചരിത്രം
പറയാം ഞാനിഹ പദ്യരീതിയാക്കി 2

ഭർത്താവോടൊരുമിച്ചു ഭാര്യ്യ പതിവിൻ-
വണ്ണം മുറുക്കിപ്പരം
ചിത്താമോദമിയന്നുടൻ വെടി പറ-
ഞ്ഞുംകൊണ്ടിരിക്കും വിധൌ
"വൃത്താന്തം പലതും ധരിച്ചൊരു ഭവാ-
നേതെങ്കിലും നിദ്ര വ-
ന്നെത്താറാകുവതിന്നു മുമ്പു കഥ ചൊൽ-
കെ"ന്നായി കഞ്ജാക്ഷിയാൾ. 3

"കഥയില്ല നമുക്കു, പിന്നെയെന്തോ
കഥ ചൊല്ലുന്നതു കാതരാക്ഷിയാളേ!
കഥമപ്യഥവാ ഭവൽപ്രിയാർത്ഥം
കഥനം ചെയ്യുവനൊന്നു കേൾക്ക കാന്തേ! 4

പണ്ടെല്ലാം കോടിലിംഗക്ഷിതിയുടെ ഭരണം
മാടരാജന്റെ കീഴിൽ
കൊണ്ടല്ലെന്നല്ല ശൈലാംബുധിപദവി-

ക്കൊട്ടു കീഴായിരുന്നു;
രണ്ടല്ലോ പക്ഷമീഭൂമിപ,രതുവഴിയാ-
യിങ്ങതൃത്തിക്കു തർക്കം-
കൊണ്ടെല്ലായ്പ്പോഴുമോരോവക കലഹവുമീ
നാട്ടിലുണ്ടായിരുന്നു. 5

അക്കാലം പർവതാംഭോനിധിപതിയകല-
ത്താകയാൽ പിന്തുണയ്ക്കായ്
നിൽക്കാനെപ്പോഴുമൊക്കില്ലിവിടെയുടയവൻ
കോടിലിംഗാധിനാഥൻ
മുഷ്കാളും മാടഭൂപപ്പടയൊടു പൊരുതി-
ക്കൊണ്ടുമീനാടുപാലി-
ച്ചൊക്കാനാളല്ലതാനും തനതുഭുജബലം-
കൊണ്ടു വേണ്ടും പ്രകാരം. 6

എന്നാലും ഭദ്രകാളീഭഗവതിയിവിടെ-
ക്കയ്ക്കലുണ്ടാകയാലെ-
ന്തെന്നാലും മാടരാജാവിനു മഹിമുഴുവൻ
കീഴടങ്ങില്ല താനും;
എന്നായിട്ടേറെനാൾ ചെന്നളവിലൊരുദിനാ
നല്ല ലാക്കിപ്പൊഴൊന്നു-
ണ്ടെന്നായിക്കണ്ടു കോപ്പിട്ടിതു വലിയ പട-
ക്കൊന്നു കൊച്ചിക്ഷിതീശൻ. 7

എന്താണെന്നോടു ചോദിച്ചതു തരുണി! 'വിശേ-
ഷിച്ചു കൊച്ചിക്ഷിതീശ-
ന്നെന്താണപ്പോൾ തരം വന്നതു പറയുക'യെ
ന്നല്ലയോ മല്ലനേത്രേ!,
ഹന്താദ്യം ചൊല്ലിവെക്കേണ്ടതു സുമുഖി! മറ-
ന്നേനഹാ, രാജ്യരക്ഷാ-

ചിന്താസാമർത്ഥ്യമല്പം കുറയുമൊരുവനാ-
ണന്നു ശൈലാബ്ധിനാഥൻ. 8

എന്നല്ല നല്ല കളി, പാട്ടു, പഠിപ്പു പിന്നെ-
കന്നൽക്കരിംകുഴലിമാരൊടു കൂടിയാട്ടം
എന്നീവകയ്ക്കു രുചികൊണ്ടിഹ രാജ്യകാര്യ-
ത്തിന്നീ മഹീശരസികന്നിടയില്ലതാനും. 9

എന്തിന്നങ്ങേപ്പുറം ഞാനധികമിഹ പര-
ത്തുന്നു? കാര്യം കഥിക്കാം
പന്തിന്നുപ്പെൺകിടാക്കുടയൊരടിവിധി-
ച്ചോരു പോർകൊങ്കയാളേ!
പന്തിക്കായ് നാടുനേടുന്നതിനു പഴുതുകി-
ട്ടുമ്പൊഴെന്തെങ്കിലും താൻ
ചിന്തിക്കാതെ കിടക്കുന്നൊരു മടയനുമ-
ല്ലന്നു മാടക്ഷിതീശൻ. 10

മന്ത്രീന്ദ്രൻ പാലിയത്തച്ചനുമവനിപനും
ഗൂഢമായ്‌വേണ്ടകാര്യം
മന്ത്രിച്ചേതാണ്ടുറച്ചീമറുതല കരുതി-
ക്കൊണ്ടു നിൽക്കാത്ത ലാക്കിൽ
സന്ധിച്ചീടുന്ന സൈന്യക്കടലൊടുമൊരുമി-
ച്ചൂക്കുകൈക്കൊണ്ടൊരുന്നാ-
ളന്തിക്കാക്കോടിലിംഗക്ഷിതിയുടെയരികിൽ
കൂടിപോൽ കോട്ടമുക്കിൽ. 11

ചിത്താന്തം കത്തിയോടിച്ചിലയരയരണ-
ഞ്ഞുൾഭ്രമം നൽകുമാറീ-
വൃത്താന്തം കണ്ടുകേൾപ്പിച്ചതിലധികമുഴു-
ന്നമ്പിനാൻ തമ്പുരാനും;

ശുദ്ധാന്തസ്സാരരായിട്ടുടനുടനണയും
  നാട്ടുകാരോടു കൂടി-
ബ്ബദ്ധാന്തർഭക്തിഭാരം ഭഗവതി നടയിൽ
  കൂടി മുട്ടിച്ചു കൂട്ടം 12

ആ രാവങ്ങിനെ നിദ്രയാരുമറിയാ-
  തേതന്നെ തീരുമ്പൊഴ-
യ്ക്കാരാവങ്ങൾ മുഴക്കിവന്നു കയറീ
  ശത്രുക്കൾ തെക്കേപ്പുറം;
ആരാഞ്ഞാത്മസുതാദി ജീവകഥയും
  കാണാഞ്ഞു നെഞ്ഞത്തടി-
ച്ചാരാൽ വീടുകൾതോറുമുണ്ടു മുറയി-
  ട്ടീടുന്നു മുത്തശ്ശിമാർ. 13

അക്കാര്യം മുഴുവൻ ധരിച്ച ധരണീ
  പാലൻ കുളിച്ചമ്പലം
പുക്കാക്കാളിയെഴും നടയ്ക്കൽ വടിപോ-
  ലന്നാശു വീണാനുടൻ
ഉൾക്കാളും ഭയമല്ല ഭക്തി ശിവയിൽ-
  ശത്രുക്കളിൽ ക്രോധമാ-
ദുഃഖാക്രാന്ത ജനങ്ങളിൽ കൃപയുമായ്
  പ്രാർത്ഥിച്ചുപോലിത്തരം. 14

'പെരുമ്പടപ്പിൽ ക്ഷിതിപാലരത്നം
പെരുമ്പടക്കോപ്പിഹ കൂട്ടി വന്നു;
ഒരുമ്പെടേണം പട നീ തടുപ്പാൻ
കുരുമ്പയമ്മേ! മമ തമ്പുരാട്ടി!' 15

എന്നർത്ഥിച്ചപ്പടിഞ്ഞാറുടയ നടയിലായ്
  മന്നവൻ വീണനേരം

തന്നത്താനാ വടക്കേക്കതെകു നടയിൽ നി-
ന്നിട്ടു പൊട്ടിത്തുറന്നു;
എന്നല്ലത്ത്യൂക്കരായിച്ചിലരുടനെയക-
ത്തിന്നിറങ്ങിത്തുടങ്ങീ-
യെന്നെല്ലാം തോന്നിയൊന്നേറ്റളവു നടയട-
യ്ക്കുന്നതും കണ്ടു ഭൂപൻ. 16

അന്നാൾമുതൽക്കാനൃപവംശജന്മാർ
ചെന്നാപ്രദേശത്തു നമിച്ചിടുമ്പോൾ
ഒന്നാക്കവാടം വെളിയിൽ തുറക്കു-
മെന്നാണു കേളിപ്പൊഴുമുള്ള ചട്ടം. 17

പെട്ടെന്നേറ്റു നരാധിനാഥനധികം
ധൈര്യത്തൊടും പോന്നുടൻ
കെട്ടിക്കാത്തു നടയ്ക്കൽ വാഴുമൊരു തൻ-
നാട്ടാരൊടെല്ലാരൊടും
'ധൃഷ്ടത്വത്തൊടു നിങ്ങളൊക്കെ വരുവിൻ;
പോരിൽ ജയം കിട്ടിടും
തിട്ടം തന്നെ'യിതെന്നുരച്ചസിയുമായ്
മുമ്പിട്ടിറങ്ങീടിനാൻ. 18

പിന്നത്തെക്കഥ പീവരസ്തനിമണേ!
ചൊല്ലേണ്ടതുണ്ടോ? രണ-
ത്തിന്നെത്തിക്കയറുമ്പൊഴുള്ളിൽ വെളിവു-
ണ്ടാമോ ഭടന്മാർക്കെടോ?
തന്നെത്താനസി കുന്തമെന്നിവകളാൽ-
ശത്രുക്കളെക്കൊന്നുകൊ-
ന്നന്നെത്തപ്പകലന്തകന്നൊരു വിരു
ന്നൂണിന്നൊരുക്കീടിനാർ. 19

തെക്കേബ്ഭാഗത്തുകാരെ ത്തെളുതെളെ വിലസും
  വാളു വീശിക്കിടയ്ക്കും
തക്കത്തിൽക്കൊച്ചിയൂഴീപതിയുശിരൊടടു-
  ക്കുന്നു മുമ്പിട്ടുതന്നെ;
മുഷ്കന്മാരായ് രണത്തിൽ പടുതയൊടു കിളി-
  ക്കോട്ടുവീട്ടിൽ പണിക്ക-
ച്ചെക്കന്മാരുണ്ടു നാലാളുകൾ നൃപനവിടെ-
  ദ്ദേഹരക്ഷയ്ക്കു കൂടെ. 20

കയ്യും കാലും മുറിഞ്ഞും ചിലർ തലയകലെ-
  പ്പോയ് തെറിച്ചും പലേടം
മെയ്യും കീറിച്ചൊരിഞ്ഞും രുധിരമവിടെ വീ-
  ഴുന്നു ചത്തെത്ര ലോകം !
വയ്യെന്നോർത്തിട്ടൊഴിയ്ക്കുന്നിതു ചിലർ , ചിലർ
  നേരാളിതൻ ജീവനാശം
ചെയ്യുന്നേരം വരയ്ക്കും വലിയ വിരുതു കാ-
  ട്ടുന്നു നീട്ടുന്നു കുന്തം . 21

കൂട്ടത്തിന്നൊരുണർച്ചകൂടിന കൊടു-
  ങ്ങല്ലൂർ നരേശപ്പട-
കൂട്ടത്തിന്നെതിരിട്ടു നിന്നു പൊരുതും
  വമ്പുള്ള ശത്രുക്കളെ
നീട്ടും കുന്തമതിന്നു കേവലമിര-
  യ്ക്കക്കോൻ നൃപൻ തന്നൊരീ-
നീട്ടുണ്ടെന്നു പറഞ്ഞുകൊണ്ടു ചില നാ-
  യന്മാർ നടന്നീടിനാർ. 22

ഇതിൽ കൂസുന്നുണ്ടോ കടലിനു സമാനം
  പെരുകി വ-
ന്നെതൃക്കും മാടോർവ്വീവരനുടെ നരന്മാർ

ചെറുതുമേ?
അതില്ലെന്നല്ലേറ്റം വിരുതൊടെതിരിട്ടോർ-
കളെ വധി-
പ്പതിൽ കാണിക്കുന്നുണ്ടതിപരിചയം വി-
സ്മൃതദയം. 23

ആറ്റിൻ വെള്ളമൊഴുക്കൊടൊത്തഴിമുഖ-
ത്തെത്തുമ്പഴുണ്ടോ കടൽ-
ക്കേറ്റത്തിന്നു കുറച്ചലാനിലയിലായ്
കൂസാതെ ഘോഷാന്വിത,
ചീറ്റംപൂണ്ടു നടന്നിടുന്നു പടയിൽ
കൊച്ചിക്ഷിതീശപ്പട-
ക്കൂറ്റന്മാർ കുതിരപ്പുറത്തടിയിൽ വ-
ന്നേശുന്നു സേനേശരും. 24

മെച്ചം പൂണ്ടു സമസ്ത സൈന്യപതിയായ്
മന്ത്രീന്ദ്രനാം പാലിയ-
ത്തച്ചൻതന്നെ കരത്തിൽ വെണ്മഴുവിള-
ക്കിക്കൊണ്ടടുക്കും വിധൗ
ഉച്ചത്തിൽ ഭയമാർന്നു തന്നുടെ ഭട-
ന്മാരൊന്നകന്നെന്നതിൽ
പച്ചപ്പുഞ്ചിരിയിട്ടടുത്തിതു കൊടു-
ങ്ങല്ലൂരിളാനായകൻ. 25

'താനോ വൃദ്ധ, നെനിക്കുനല്ലൊരു ചെറു-
പ്രായം, കിടാവായ്ക്കളി-
പ്പാനോ ഭാവ, മിതെന്തു കൂത്തു? വെറുതെ
വൈരം മുഴുപ്പിക്കൊലാ;
മേനോനെന്തിനിതിൽക്കിടന്നു പെരുമാ-
റീടുന്നു? ദൂരത്തു പോയ്

മാനോത്സാഹഗുണങ്ങളുള്ള യുവവീ-
  രന്മാരെ വിട്ടീടെടോ.'   26

'നേരമ്പോക്കരുൾ ചെയ്തിടാതെതിരിടാൻ
  ഭാവിപ്പതുണ്ടെങ്കിലി-
ന്നേരമ്പോരിടുകെ'ന്നു മാത്രമുരചെ-
  യ്തപ്പാലിയത്തച്ഛനും
വീരൻ ഭൂപതിതന്നിടഞ്ചുമലുക-
  ണ്ടാവെണ്മഴുത്തണ്ടുടൻ
ഘോരൻ ഭൂരിവിദഗ്ദ്ധഭാവമൊടിള-
  ക്കീട്ടാഞ്ഞു വീശീടിനാൻ.   27

കൊണ്ടില്ലാ കൊണ്ടുവെന്നുള്ളളവിലൊരു പണി-
  ക്കച്ചെറുക്കൻ വലക്കൈ-
ത്തണ്ടിന്മേൽത്തട്ടി മേനോനുടെ മഴു പഴുതേ
  തന്നെ താഴത്തു വീണു;
കണ്ടില്ലേ കൗശലം താനിതി പുനരിവനും
  മാറി മന്ദം ചിരിച്ചും -
കൊണ്ടിയ്യാൾതൻ വലത്തെച്ചുമലിൽ നൃപനിട-
  ങ്കയ്യിനാൽകൊട്ടിതാനും.   28

ഇക്കണ്ടോരവമാനമേറ്റഥ ചവി-
  ട്ടേറ്റുള്ള പാമ്പിൻക്രമം
കൈക്കൊണ്ടുൾക്കറവെച്ചു മേനവനുടൻ
  നേരിട്ടുചീറും വിധൗ
'നിൽക്കേണ്ടെന്നുടെനേർക്കു, തന്റെ വിഷമി-
  ങ്ങേൽക്കില്ലെനി, യ്ക്കെന്റെ ക
യ്ക്കുൾക്കൊണ്ടീടിന വാളിനങ്ങൊരിരയാ'-
  മെന്നോതി മന്നോർവരൻ .   29

ഇതി കേട്ടതുപാടു കോപമൂലം
ധൃതികൂട്ടി ക്ഷിതിപാലമന്ത്രിസർപ്പം
അതിധൃഷ്ടമണഞ്ഞു കൊത്തിയപ്പോ-
ളതിലൊട്ടേറ്റു നൃപന്നു ചോരപൊട്ടി. 30

എടത്തെക്കൈത്തണ്ടിൽ ചെറുതു മുറിയേ-
 റ്റോരു സമയം
കടുത്തേറ്റം ഭാവം പതറിയെതൃവീ-
 രോത്തമനുടെ
കുടത്തേക്കാൾ കൂറ്റൻ കുടവയറിലാ-
 വാൾ മുഴുവനും
കടത്തേണ്ടും ഭാഷയ്ക്കുടനെയൊരു നീ-
 ട്ടേകിയരചൻ. 31

തുളുമ്പിടും കുമ്പയിൽ വാൾ കടത്തി-
 പ്പിളർന്നു മേനോനുടെ ജീവസൂത്രം
കളഞ്ഞു ഭൂപൻ കുടർമാല ചാടി-
 ച്ചിളക്കി വൈരിപ്പട കണ്ടതെല്ലാം. 32

ഇക്കർമ്മാരംഭകാലം നൃപനുടെ തിരുമെയ്
 കാത്തുനിൽക്കും പണിക്ക-
ച്ചെക്കന്മാരാരാർത്തടുക്കുന്നരിഭടരെയരി-
 ഞ്ഞീടിനാർ നാലുപാടും
തൃക്കൺപാർക്കുന്നനേരം നരവരനു പുറ-
 ത്തേക്കു പോണെന്നു തോന്നി-
ച്ചൊക്കും ഭദ്രാഭടന്മാരുടയ നെടിയൊരാ-
 വേശമേശുംപ്രകാരം. 33

മുറവിളിയൊടു ചിന്നിപ്പാഞ്ഞിടും
  കൂട്ടരോടായ് -
പ്പറിവിനവിടെയെന്തെന്തെന്നു കൊ-
  ച്ചിയ്ക്കധീശൻ
അരിവരരെയൊരേടം കൊന്നൊടു-
  ക്കുമ്പോൾ ഞെട്ടി-
ത്തിരിവതിനിടയായിത്തീർന്നിതീ-
  വാർത്തമൂലം .   34

മാന്യേ! മന്ത്രി മരിപ്പതും മറുനൃപൻ
  മാനം നടിയ്ക്കുന്നതും
സൈന്യേ മാറ്റലരക്രമങ്ങളധികം
  കാട്ടുന്നതും കണ്ടുടൻ
തന്നുൾത്തട്ടിലെരിഞ്ഞുകത്തിന കടു-
  ക്രോധക്കനൽക്കട്ടതാൻ
ചിന്നുംമട്ടു തുടുത്ത ദൃഷ്ടികളൊടൊ-
  ത്തങ്ങോട്ടുചാടീ നൃപൻ.   35

അതിനിടെയവിടെ വടക്കേ
  ക്ഷിതിഭാഗത്തോട്ടടുത്തു കേൾക്കായീ
അധികം കോളിളകും ജലനിധിതന്റെയി-
  രമ്പൽപോലെയൊരു ഘോഷം.   36

എന്തെന്നു ചിന്തിക്കുവതിന്നുമുമ്പാ-
  യന്തംപെടാതാശു വടക്കുപങ്കിൽ
ബന്ധിച്ചിടും കൂറൊടു സൈന്യസിന്ധു
  സന്ധിച്ചുകൂടുന്നതു കണ്ടുലോകം.   37

ആ രാജാവിനു ചെറ്റുവായഴിമുതൽ-
  ക്കുള്ളോരു നാട്ടിൽപ്പെടും

ധാരാളം ബലമുള്ള നായർപടയും
നമ്പ്രാടനാം നാഥനും
പോരാ കൂറൊടു കാവുതീണ്ടലധികാ-
രംകൊണ്ട കൂരിക്കുഴി-
ക്കാരാം മുക്കുവരും രണത്തിനു തുണ-
യ്ക്കെത്തുന്നതാണായതും. 38

പടക്കൂട്ടം കണ്ടോരളവൊളിവിലായി-
ട്ടുരുബലം
കൊടുക്കും ശൈലാബ്ധിക്ഷിതിപതിസ-
ഹായം വഴി ജയം
മിടുക്കോടും നേടാനെതൃനൃപനു തവ്വു-
ണ്ടിവനിനി-
കടുക്രോധം ചൊവ്വല്ലിതി കരുതി
കൊച്ചിക്കരചനും. 39

അതിയായ്പറയുന്നതെന്തിനീ ഞാ-
നതിസൗന്ദര്യജയക്കൊടിപ്പതാകേ!
മതിയിന്നു കലാപമെന്നു കൊച്ചി-
ക്ഷിതിപൻ സന്ധികഴിച്ചുപിന്തിരിച്ചു. 40

ഊക്കേറിടും കൈമിടുക്കൊക്കെയുമിഹ വിഫല-
പ്പെട്ടമൂലം വടക്കന്മാർക്കേതും
തൃപ്തിയായീലുടലിനു മുറിവേൽ-
ക്കാതെ പോകേണ്ടിവന്നു;
കേൾക്കേണം കേഴനേത്രേ! വിരുതുടയ
കിളിക്കോട്ടു വീട്ടിൽ പണിക്ക-
ന്മാർക്കേറ്റം കോടിലിംഗക്ഷിതിപതിയുചിത-
സ്ഥാനമാനങ്ങൾ നല്കി. 41

മതി മതി! തിരുവഞ്ചിക്കുള-
മതിൽ മതിചൂഡന്റെ മുമ്പിലരചനുടെ
പ്രതിനിധിപദവുംകൂടി
ക്ഷിതിപതി കല്പിച്ചു നല്കിയെന്നേക്കും. 42

കാലനെക്കാട്ടുവാൻ വൈരി
കാലേ വീശിയ വെണ്മഴു
മേലേൽക്കാതാക്കിയതിനു
കൂലി നൽകേണ്ടതല്ലയോ? 43

ഇത്ഥം കാളീപ്രസാദംവഴി ബഹുബലമേ-
റുന്ന ശത്രുക്ഷിതീശൻ
യുദ്ധം ചെയ്തിട്ടുമൊട്ടെങ്കിലുമൊരപജയം
വന്നുകൂടാതെതന്നെ
വൃത്യാ തന്നുള്ളിലോർക്കുംവിധമൊരുപശമം
താൻ വരുത്തി സ്വധർമ്മം
വൃത്യാസംവിട്ടു രക്ഷിച്ചിതു കൊടിയ മഹാൻ
കോടിലിംഗാധിനാഥൻ. 44

ക്ഷാമം നാട്ടിലൊരേടമില്ലൊരു പദാ-
ർത്ഥത്തിന്നുമെന്നല്ലതി-
ക്ഷേമംതാൻ പ്രജകൾക്കശേഷമതിമോ-
ഹോല്ലേഖമില്ലായ്കയാൽ;
ഈ മട്ടിൽ ക്ഷിതികാത്തു, കാത്തു സതതം
വർണ്ണാശ്രമാചാരവും,
സാമർത്ഥ്യം ജനരഞ്ജനയ്ക്കുമധികം
കാണിച്ചു മന്നോർവരൻ. 45

തൻകീഴായൊരിടപ്രഭുപ്പദവിയിൽ -
　പ്പാർക്കും കിളിക്കോട്ടുകാർ
കെങ്കേമത്വമൊടാന്യപന്നു സകല-
　ത്തിന്നും സഹായിക്കയാൽ
മങ്കേ! കേളൊരു ഭാരമില്ല ധരണീ-
　ഭാരത്തിനും കേവലം
സങ്കേതസ്ഥലമായി വാണു സുഖസ-
　മ്പത്തിന്നു പൃത്ഥീശ്വരൻ.　46

ഏവം നമ്മുടെ കോടിലിംഗനൃപതി-
　ക്കെന്നും സഹായിച്ചുതാൻ
മേവും വൈഭവമേറെയേറിന പണിക്ക-
　ന്മാർക്കു നാലാൾക്കുമേ
ഭാവം ചേർന്നനുജത്തിയായൊരുവളേ
　സന്താനവല്ലീനില
യ്ക്കീ വംശപ്പിരിവിങ്കലുള്ളു; വളരെ
　സ്നേഹിച്ചിരിന്നാരവർ.　47

ഇസ്സാധുപ്പെണ്ണിനെക്കൊണ്ടവരൊരുപണിയും
　താനെടുപ്പിക്കയില്ലാ,
ദുസ്സാമർത്ഥ്യങ്ങൾ കാണിക്കിലുമതികടുവാം-
　മട്ടു ശിക്ഷിക്കയില്ല,

നൽസാമർത്ഥ്യം ജനിക്കുമ്പടി വലിയ പഠി-
　പ്പൊന്നുമുണ്ടാക്കിയില്ലാ,
വൽസാവാൽസല്യമിമ്മാതിരി വിഫലഫല-
　പ്രായമായ് ത്തീർന്നിതെല്ലാം.　48

കണ്ടാലുണ്ടകാഴയവൾക്കുജനനാൽ -
തന്നെ, വിശേഷിച്ചുതാ-
നുണ്ടാക്കീ ഹിതമുള്ള ഭുഷണഗണ-
ശ്രീമോടിയിൽ ധാടിയും,
കൊണ്ടാടി സ്മരദേവനേകി രസമൊ-
ത്തായൗവനപ്രൗഢിയും ,
കണ്ടാലേവനുമൊന്നുതോന്നു; മതുമ-
ട്ടായ്ത്തീർന്നിതാത്തന്വിയും. 49

കാർകൊണ്ടൽക്കെതൃകൂന്തൽ ചാച്ചൊരുപുറം
വെട്ടിച്ചെരിച്ചിട്ടതും
കൂർകൊണ്ടാസ്മിതമുത്തു ചേർത്തൊരു കട-
ക്കണ്ണിട്ടു നീട്ടുന്നതും ,
പേർകൊത്തിച്ചൊരു കൊച്ചുകാതില കവിൾ-
ത്തട്ടിന്മേൽ മുട്ടുന്നതും ,
പോർകൊങ്കക്കുടവും നിനയ്ക്കിലവളെ -
ക്കാമിക്കുമേ കാമനും. 50

അവളെയൊരു ദിനത്തിൽ കണ്ടു കാമംകടന്നി-
ട്ടവനിസുരനൊരുത്തൻ ചെന്നു സംബന്ധമായി;
അവനെയുമവരിഷ്ടംപോലെ പൂജിച്ചുപോന്നാ;-
രവളുമവനുമായിക്കൂടിയാടിസ്സുഖിച്ചു. 51

പെണ്ണുങ്ങൾക്കു വിരിഞ്ചകൽപ്പിതമടു-
ത്താണുങ്ങൾ കൂത്താടിയാൽ
കണ്ണും പുഞ്ചിരിയും മുഖസ്തുതിയുമാ-
ണല്ലോ മയക്കീടുവാൻ ;
പൊണ്ണബ്രാഹ്മണരിൽ പ്രധാനി പരമീ-
നമ്പൂരിയെപ്പിന്നെയ-

വ്വണ്ണം നമ്മുടെ പെൺകിടാവിഹ മയ-
ക്കിപ്പോന്നതെന്തത്ഭുതം ? 52

സ്വാതന്ത്ര്യം നൽകിയെന്നാലബലകളധികം
ധൂർത്തുകാണിക്കുമെന്നായ്
സ്ത്രീതന്ത്രം കണ്ടു പണ്ടുള്ളവർ പറയുവതും
പാർക്കുകിൽ സത്യമെത്രേ;
നീ തെല്ലും നീരസം തേടരുതു സുചരിതേ!
ഹന്ത! നമ്പൂരി കാണാ-
തേതെല്ലാം ലാക്കിലിപ്പെൺകൊടി കുടിലവിട-
ന്മാരൊടും കൂടിയാടീ. 53

ഇതാരാനും ചൊല്ലീട്ടറിവിനിടയായ് -
ത്തീർന്നിടുകില-
ന്നതായാൽ ചോദിക്കും , പ്രിയയൊടവളോ
പുഞ്ചിരിയിടും ;
'ഇതാ നോക്കൂ! നോം തങ്ങളിലൊരുവിധം
ഹന്ത! കലഹി-
പ്പതാണാദുഷ്ടർക്കാഗ്രഹമതിനിതെ' -
ന്നും പറയുമേ. 54

'എന്നോടലട്ടിയവനംഗജസംഗരത്തി-
നെന്നോതി ഞാനിവളോടു നടക്കയില്ല;
അന്നോർത്തുവെച്ച ചതിയാണതിനുണ്ടു സാക്ഷി
യെന്നോപ്പതന്നുടെ പരിഗ്രഹ'മെന്നുമോതും. 55

ഓരോ തർക്കത്തിലോരോവിധമിവ പലതും
സാധുനമ്പൂരിയോടുൾ -
പ്പോരോടോതിപ്പകിട്ടും , ചതുരതയൊടു താൻ
ജാരരൊത്തും രമിക്കും,

ആരോമൽത്തയ്യലാളിങ്ങനെ ബഹുസുഖമായ്
   വാണിടുന്നോരുകാലം
നേരോടില്ലത്തിലീയന്തണനൊരുകുറി പോയ്
   പാത്തുനാൾ പാർത്തുപോലും.   56

അതിനിടയിലൊരിക്കൽ പൂർണ്ണചന്ദ്രാഭ പൂരി-
ച്ചതിവിശദമശേഷം വെള്ളയായുള്ള രാവിൽ
മതിയിൽ മദനമാൽമൂത്തന്തണൻ ഹന്ത! താനേ
മതിമുഖിയുടെ ചാരേ ചേരുവാൻ വെച്ചടിച്ചു.   57

വഴിക്കേറ്റം ദീർഘം പെട്ടുവതറിയാ-
   തായവനിട-
യ്ക്കൊഴിക്കാതേ പോന്നിട്ടഥ വഴിവില-
   ങ്ങും പുഴയുടെ
ഒഴുക്കിൽ തങ്ങിപ്പോയ് കടവിലുടനെ
   വഞ്ചികയറി -
കുഴക്കില്ലാതെത്തീ മറുകരയില-
   യ്യാ ബഹുരസം.   58

അടിയിലധികമേൽക്കും ശുദ്ധമേ പഞ്ചസാര -
പ്പൊടിയൊടു കിടയാകും തൂമണൽത്തട്ടിലെത്തി
നെടിയഭുവനപാത്രം പൂർത്തിയായ് വീഴ്ത്തിടും പോൽ
വടിവുടയനിലാവിൻ സ്വാദറിഞ്ഞാൻ ദ്വിജേന്ദ്രൻ   59

ഏവം പതുക്കെ നടന്നു പണിക്കർ വാഴു-
മാ വമ്പെഴുന്ന ഭവനത്തിനകത്തുകേറി;
ദൈവം പറഞ്ഞപടി തന്റെ പരിഗ്രഹം താൻ
മേവും പ്രധാന മണിമച്ചിലണഞ്ഞു വിപ്രൻ.   60

അന്നേരത്തന്തണൻ വന്നണയുമവിടെയെ-
   ന്നുള്ളതോർക്കാതെതാൻ നി-
സ്സന്ദേഹം ജാരനോടൊത്തൊരു തളിരൊളിമെ-
   ത്തപ്പുറത്താത്തമോദം
ഒന്നേറെക്കേളിയാടിച്ചിലതു കുശുകുശു
   ന്നോതിടുമ്പോൾ സ്വകാന്തൻ
വന്നേറിക്കണ്ടുഴന്നാളവ, ളൊളിവഴിയേ
   ജാരനോ ചാടിയോടി. 61

അതുപൊഴുതു മനസ്സിന്നൊട്ടൊരാശ്വാസമായി-
പ്പുതുമമത നടിച്ചക്കുട്ടിമാൻദൃഷ്ടിയാളും
'ഇതുവിധമിവിടുന്നിപ്പാതിരക്കേകനായ് വ-
ന്നതു കഠിന, മെനിക്കോ ഹന്ത! സന്തോഷ, മെന്നാൾ
കള്ളപ്രേമം നടിച്ചിങ്ങനെ കളമൊഴിയാൾ
   ദുർന്നയം തട്ടിമൂടാ-
നുള്ളബ്ഭാവം തുടങ്ങും പൊഴുതു കഴുതയാ-
   യാലുമൊന്നൂഴി ദേവൻ 62

ഉള്ളിൽപ്പൊങ്ങും പ്രകോപത്തൊടുമവനുടെമെയ്
   ചേരുമത്തന്വിയാളെ-
ത്തള്ളിപ്പെട്ടെന്നു നീക്കീട്ടവളൊടു കടുവാ-
   ക്കിത്ഥമൊന്നാദ്യമോതി:- 63

'എടി ! ശഠേ മതി; നിന്നുടെ ദുഷ്ടമാം
നടവടിക്രമമൊക്കെയറിഞ്ഞുഞാൻ ;
കുടിലഭാവമഹോ! തവ കണ്ണിലും
നെടിയതാണു മനസ്സിനു നിശ്ചയം. 64

പലപ്പൊഴും കേട്ടറിയുന്നതുണ്ടീ-
യ്യിളപ്പമാം നിന്റൊഴിലെങ്കിലും ഞാൻ

നിലയ്ക്കു നിന്നേൻ; മമ കണ്ണിലിന്നു
വെളിപ്പെടാനുള്ളിടവന്നു മൂഢേ !' 65

ഇതി കാന്തൻ പറയുമ്പോൾ
ചതികാട്ടും മന്ദഹാസഭാവമൊടും
'ഇതിനെന്തു ബന്ധ'മെന്നാ
ളതിവൈദഗ്ദ്ധ്യം വളർന്ന വരവാണി. 66

'നിൽക്കട്ടേ ജാരനായ് നീയ്യതുമിതുമുരചെ-
യ്തിട്ടു ഞാൻ കേട്ടതെന്ന-
ല്ലിക്കട്ടിന്മേൽക്കിടക്കുന്നവനെയരികിൽ ഞാൻ
കണ്ടതും കൂട്ടിടേണ്ടാ
ധിക്കഷ്ടം ദുഷ്ടശീലേ ! പറക പറക നീ;
നിന്റെ കോളാമ്പിയിത്താ-
നിക്കട്ടത്തുപ്പലിത്രയ്ക്കനവധി നിറവാ-
നെന്തു ഹാഹന്ത! ബന്ധം? 67

'ഞാൻതന്നെ തുപ്പിയിതിലിന്നു നിറച്ചതാണു
കാന്തന്നു മറ്റൊരുവിചാരമുദിച്ചിടേണ്ടാ;
എന്തെന്നിലീക്കടുത' യെന്നവൾ ചൊല്ലിടുമ്പോ-
ളെന്തെന്നു നിഷ്ഠുരമുരച്ചു ചൊടിച്ചു വിപ്രൻ . 68

'ഇപ്പച്ചപ്പേച്ചുരയ്ക്കുന്നതു ശഠഹൃദയേ!
നല്ല സാമർത്ഥ്യമുള്ളി-
ത്തുപ്പൻനമ്പൂരിയോടോ? മതിമതിയറിയും
നിന്നെഞാൻ പണ്ടുതന്നെ;
ഇപ്പോൾക്കാട്ടിത്തരാ' മെന്നവളുടെ തലയിൽ
തൽക്ഷണം ചെയ്തു വിപ്രൻ
തുപ്പൽക്കോളാമ്പികൊണ്ടിട്ടരിയൊരു കുലട-
രാജ്യപട്ടാഭിഷേകം. 69

മുടിമുതലടിയോളം തുപ്പലാറാട്ടുമൂലം
കൊടിയ കുരുതിയാടും ചണ്ഡികാദേവിപോലെ
കുടിലമിഴി ചുവന്നുംകൊണ്ടു നിന്നിട്ടു പിന്നെ
ജ്ഝടിതി വെളിയിലേക്കാവേഷമോടങ്ങിറങ്ങി 70

സ്വഭാവത്താൽ മാനം തടവുമവൾ കാ-
ന്തന്റെ കഠിന -
സ്വഭാവം കാട്ടിത്തൻ കുറവിനെ മറ-
യ്ക്കുന്നതിനുടൻ
പ്രഭാവം കൂടീടും സഹജർ പെരുമാ-
റും കളരിയാം
ശുഭാവാസ സ്ഥാനക്കതകിൽ വിളികൂ-
ട്ടീ സകരുണം. 71

തുഷ്ടിപ്പെടും ദയിതമാരൊടുകൂടിയാടി-
ക്കെട്ടിപ്പിടിച്ചു സുഖമോടുറങ്ങിടുമ്പോൾ
ഞെട്ടിപ്പൊടുന്നനെയുണർന്നവരൊന്നുപോലെ
തട്ടിപ്പിടഞ്ഞിടകലർന്നു പുറത്തു ചാടി. 72

'എന്തെന്തെ,ന്നായ് പുറത്തേക്കവർ വരുമളവിൽ
തുപ്പലാലേ കുളിച്ചാ-
ച്ചന്തംതേടുംപ്രകാരം സഹജയെയരികിൽ -
ക്കണ്ടു വാത്സല്യമൂലം
എന്തെന്നില്ലാതെ വല്ലാതരിശമൊടുശിരുൾ-
ക്കൊണ്ടി'തിൻ കാരണം നി-
യ്യെന്തിന്നിപ്പോൾ പറഞ്ഞീടണ'മതി സമമായ്-
ച്ചൊല്ലിനാർ നാലുപേരും. 73

മിണ്ടാതെ പിന്നെയും പിന്നെയുമഴലതിയാം -
മട്ടു തേങ്ങിക്കരഞ്ഞും -
കൊണ്ടാ'നമ്പൂരി'**യെന്നിത്രയുമവിളിടറി-
ച്ചൊല്ലിവെക്കുമ്പോഴേക്കും
കണ്ടാലും കള്ളനമ്പൂതിരിയുടെ തെറി, യി-
ദ്ദുഷ്ടനെക്കാച്ചിയാലേ
രണ്ടായാലും ശമിക്കൂ മമ കലുഷത'യെ-
ന്നോടിയങ്ങോട്ടൊരേട്ടൻ. 74

വിപ്രൻ കോലാമ്പികൊണ്ടിക്രിയ കിമപി കഴി-
ച്ചിട്ടു രുട്ടൊട്ടൊതുങ്ങി
ക്ഷിപ്രം പശ്ചാത്തപിച്ചാപ്രിയയുടെ വരവും
ക്കാത്തു നാണിച്ചിരിപ്പായ് ,
അപ്പോൾ ചാടിക്കടന്നെത്തിയതവളുടെയ-
പ്പൂർവജൻ തന്നെയാണീ-
ദ്ദർപ്പക്കാരൻ പിടിച്ചാക്ഷിതിസുരനെ നില-
ത്തിറ്റിഴച്ചാൻ വലിച്ചാൻ. 75

'അയ്യോ സാഹസമെന്റെ തെറ്റിനു ഭവാൻ
മാപ്പേകകെ'ന്നായ്ത്തൊഴും
കയ്യോടെ കരുണം കരഞ്ഞു പറയും
ധാത്രീസുരശ്രേഷ്ടനെ
വയ്യോതാനിതു സോദരീ പരിഭവ-
ക്ലേശംനിമിത്തം കടും
കയ്യോടായവർ നാലുപേരുമൊരുമി-
ച്ചാഹന്ത ഹിംസിച്ചുതേ. 76

'അരുതരുതരുതെ'ന്നാസ്സോദരിപ്പെൺകിടാവും
കരുണയൊടുരചെയ്യും വാക്കുകേൾക്കാതെതന്നെ

അരിശമൊടുവരന്നാ വിപ്രനെക്കൊന്നുകീറി-
ട്ടരിമയൊടു നടത്തീ ബ്രഹ്മഹത്യാവിവാഹം. 77

മയംകൂടാതുഗ്രക്രിയയിൽ മുതിരും സാഹസരസ-
പ്രിയന്മാർക്കുണ്ടാമേ പുനരേതു നിനച്ചിട്ടനുശയം.
നയജ്ഞന്മാരാമിയ്യിവരിതുവിധംബ്രാഹ്മണവധ-
ക്രിയയ്ക്കന്തം വന്നോരളവഴൽ കലർന്നാരതിഭയം 78

വികലഭാവമൊടാദ്വിജദേഹമൊ-
ട്ടകലെ വേണ്ട മുറയ്ക്കു മറയ്ക്കിലും
സ്വകുലഹാനി നിനച്ചഴൽ പൂണ്ടു രാ-
പ്പകലഹോ കലഹോൽക്കടരാമവർ 79

പിറ്റേന്നാൾ പുലരുമ്പൊഴേക്കുമിതുടൻ
നാട്ടാർക്കു പാട്ടായിപോൽ;
തെറ്റൊന്നൊരൊളിവിൽ കഴിച്ചതൊഴിലും
പാരിൽപ്പരന്നീടുമേ;
മറ്റൊന്നും പറയേണ്ടതില്ലിതു മഹീ-
പാലന്റെ കർണ്ണങ്ങളിൽ
പറ്റുന്നേരമതാമഹാനു വിഷനീർ
വീഴ്ത്തുന്നതായ്ത്തീർന്നുതേ. 80

നാട്ടിൽ പ്രാധാന്യമേറും വലിയവർ നിലകൈ-
വിട്ടു ദുഷ്കർമ്മമല്പം
ക്കാട്ടിപ്പോയാൽ പ്പരക്കെജ്ജനമതനുസരി-
ച്ചാനടയ്ക്കും നടക്കും ;
പാട്ടിൽപാകത്തിൽനിൽക്കും മമ സചിവരിതി-
ന്മട്ടു ദുർന്നീതി കാട്ടി-
ക്കൂട്ടിപ്പോരുമ്പോൾ മിണ്ടാതവനമരുകിലീ
നല്ല രാജ്യം നശിയ്ക്കും. 81

അതിനാലതിയോഗ്യരെന്നു നാട്ടിൽ
ശ്രുതിനേടുന്നിവരെപ്പിടിച്ചിതിങ്കൽ
മതിയായൊരു ശിക്ഷചെയ്തുവിട്ടേ
മതിയാവൂ മമ നീതി നീളെ നില്പാൻ. 82

ശർമ്മം നാട്ടിൽ നടത്തുവാനിതി നിന-
ച്ചാബ്രഹ്മഹത്യാക്കടും -
കർമ്മക്കാരെ വരുത്തി നിർത്തി വിവരം
ചോദിച്ചറിഞ്ഞാ നൃപൻ
ധർമ്മം നോക്കിയതിക്രമത്തിനുടനേ
ശിക്ഷിച്ചു; നീതിക്കെഴും
മർമ്മം കണ്ടവരാമവർക്കുമതഹോ !
സന്തോഷമായ്ത്തീർന്നുതേ. 83

'ഇതെന്തൊരത്യത്ഭുത'മെന്നു ചോദി-
പ്പതെന്തെടോ വിസ്മിതസസ്മിതാസ്യേ
അധിസ്വധർമ്മം നരനാഥമൗലി
വിധിച്ചതെന്തോന്നുമുരച്ചിടാം ഞാൻ. 84

'കാര്യം ഞാനറിയും , നയക്രമമറി-
ഞ്ഞാലും കടുക്രോധമാ-
ന്നാര്യന്മാരക്കുമകപ്പെടാമപകടം ,
ദൃഷ്ടാന്തമായ് നിങ്ങളും.;
വീര്യം കൂടിയ നിങ്ങളെക്കഠിനമി-
ത്തെറ്റിന്നു ശിക്ഷിക്കുകിൽ

കാര്യം ദുഘടമായിതെന്റെ പദവി-
ക്കെന്നും നിനയ്ക്കുന്നു ഞാൻ. 85

എന്നാലും നാട്ടുകാർക്കീനയനവടി മേൽ
നല്ല പാഠം കൊടുപ്പാ-
നെന്നാവാലേ വിശേഷിച്ചൊരുവിധി പറ-
യിക്കുന്നിതാ രാജധർമ്മം;
ഒന്നാണീ നാട്ടകത്തക്രമമുടയ കിളി-
ക്കോട്ടിലിത്താവഴിക്കാർ
നിന്നാൽ നന്നല്ല; മേലാലവരുടെ തലവീ-
ശീടുമീ രാജഖഡ്ഗം . 86

നമുക്കനേകം ഗുണമേകിയോരു
സമർത്ഥരാം നിങ്ങളിലോർമ്മനില്പാൻ
ക്രമത്തിൽ മറ്റേത്തറവാട്ടുകാർക്കു
സമസ്തമാനങ്ങളുമാക്കിടുന്നേൻ. 87

ഇതിവിധിയരുൾചെയ്താ മന്നവൻ നീക്കിയാത്മ-
പ്രതിനിധിനിലവെയ്പിച്ചാക്കിളിക്കോട്ടുകാരെ;
ക്ഷിതിപതിയുടെ ശാസ്യം സാദരം സ്വീകരിച്ച-
രതിമതികൾ കുടുംബത്തോടുമാ നാലുപേരും. 88

കെട്ടും പെട്ടിയുമുള്ള കൈമുതൽകളും
മറ്റും ചുമപ്പിച്ചുകൊ-
ണ്ടൊട്ടും താമസിയാതെ രാജവിധിപോ-
ലത്താവഴിക്കാരുടൻ
നട്ടുച്ചക്കവിടുന്നു പോന്നുടനിള-
ങ്കുന്നപുഴെച്ചെന്നിരു-
ന്നിട്ടും തുഷ്ടിപെടാഞ്ഞണഞ്ഞു വഴിയെ
പോയ് ചേർത്തലപ്പാർത്തലം. 89

ഇത്ഥം നാടുകടത്തിവിട്ടിതു കൊടു-
ങ്ങല്ലൂരിളാനായകൻ

യുദ്ധത്തിൽ ബഹുവീര്യശാലികൾ കിളി-
   ക്കോട്ടുള്ള നാലാളെയും ;

ഇത്തത്വം നിജചാരർ ചൊല്ലിയറിവായ് -
   ക്കൊച്ചിക്കധീശൻനമു
ക്കിതതർക്കം ഗുണമെന്നുറച്ചവർകളെ.
   പ്പാട്ടിൽപ്പെടുത്തീടിനാൻ. 90

പുലാമ്പള്ളിവീട്ടിൽ കുറുപ്പിന്റെ വംശം
നിലച്ചെന്നു കണ്ടാക്കുലസ്വത്തശേഷം
ബലംകൂടിയോരീക്കിളിക്കോട്ടുകാർക്കായ്
സലക്ഷ്യം സമർപ്പിച്ചു കൊച്ചീക്ഷിതീശൻ. 91

ഏവം നമ്മുടെ നാട്ടുകാരിലിവരെ -
   കൂട്ടിപ്പിടിച്ചിട്ടതെൻ-
കൈവർക്കത്തിലൊരെണ്ണമെന്നു കരുതി
   കൊച്ചിക്ഷമാവാസവൻ;
ഈവണ്ണം പരപക്ഷമേറിയവരാ-
   ണെന്നാലുമീ വീരർ മുൻ-
ഭാവം വിട്ടുകളിച്ചില്ലിഹ കൊടു
   ങ്ങല്ലൂർജ്ജനത്തോടഹോ! 92

എന്നോടെന്താണു ചോദിച്ചതു-- 'മറുനൃപതി-
   ക്കീഴിൽ നിൽക്കുമ്പോഴേൽക്കി'-
ല്ലെന്നോ മുൻകോടിലിംഗപ്പടയൊടിവരീത-
   ന്നെന്തിഹ ന്യായമെന്നോ
നന്നോർത്താൽ നിന്റെ ചോദ്യം നയമുടയ നത-
   ഭ്രൂമണേ ! കൊച്ചിവാഴും
മന്നോർനാഥന്റെ കീഴായളവിലിവർ കരാ-
   റാദ്യമേ ചെയ്തുവെച്ചൂട 93

എന്നോ പണ്ടെക്കുപണ്ടേ കൊടിയ ഗുണമെഴും
    കോടിലിംഗേശ്വരൻ കീഴ്-
നിന്നോരാണിജ്ജനം, കേവലമതു പടയിൽ -
    ക്കണ്ടിരിക്കാം ഭവാനും
തിന്നോരാച്ചോറ്റിൽ മണ്ണാക്കുക ബഹുവിഷമം
    തന്നെ, യങ്ങോട്ടു യുദ്ധ-
ത്തിന്നോടാൻ മത്രേമോതീടരുതീയടിയ-
    ങ്ങൾക്കിതൊന്നുണ്ടപേക്ഷ' 94

എന്നായ് കൃതജ്ഞതയൊടായവർ ചൊന്ന വാക്കു
നന്നായ് തെളിഞ്ഞു ശരിവെച്ചിതു കൊച്ചിരാജൻ;
അന്നാൾമുതല്ക്കു മറുനാട്ടിൽ നടന്ന യുദ്ധ-
ത്തിന്നാകവേ പടയിലായവർ കൂടിതാനും. 95

കുറുപ്പെന്നാപ്പേരോടഥ കളരിയിൽക്കുട്ടികളെ ന-
ല്ലുറപ്പായ്ശ്ശസ്ത്രക്കെ പലപടി പഠിപ്പിച്ചിടുകയും
ചെറുപ്രായം കാട്ടിപ്പഴമപെരുകീട്ടും പല പട-
പ്പുറപ്പാടിൽക്കൂടീടുകയുമിവ ചെയ്താരവർ ചിരം- 96

ഇത്ഥം മൂന്നാലു പോരാ തലമുറ വളരെ-
    ച്ചെന്നകാലത്തു കൊച്ചി -
പ്പൃത്ഥിക്കീശന്നു ശൈലാംബുധിപതിയൊടെതിർ-
    ക്കേണ്ടതായ്ക്കണ്ട ലാക്കിൽ
യുദ്ധത്തിന്നായ് സഹായിച്ചിതു മഹിതമഹാ-
    മന്ത്രി രാമയ്യനുള്ള -
ബ്ബുദ്ധിപ്രാഗൽഭ്യമൂലം ബലധന വിഭവം
    കൊണ്ടു വഞ്ചിക്ഷിതീശൻ 97

പടച്ചിലവിനന്നുതാൻ പണമായ് -
 ക്കൊടുത്തെന്നു കൈ -
പ്പടച്ചിലവിലേഖനംവഴി കര-
 പ്പുറം മിക്കതും
കിടച്ചിതു കരസ്ഥമാംനിലയിൽ വ-
 ഞ്ചിരാജാവിനെ, -
ങ്ങുടച്ചിലിതുകൊണ്ടു കണ്ടിതു കുറ -
 ച്ചു കൊച്ചീശനും   98

കൊടുങ്ങല്ലൂർ വിട്ടിങ്ങിനെ വലിയ കൊച്ചി-
 ക്ഷിതിയിൽ വാ-
ണൊടുക്കം വഞ്ചീശപ്രജകളുടെ കൂ-
 ട്ടത്തിലിവരും
ഒടുക്കിപ്പോരുന്നൂ കരമഖിലമാല-
 പ്പുഴയിലും
കിടക്കുന്നുണ്ടിപ്പോളിവരുടെയ വേറീ-
 ട്ടൊരു കാലം.   99

പുരുപ്രസിദ്ധൻ പടുമുൻഷി രാമ-
ക്കുറുപ്പു ബി. ഏ കവിയിക്കുലത്തിൽ
പിറന്നൊരാളാ, ണതു മീ മനുഷ്യൻ
പറഞ്ഞു കേട്ടേനൊരുനാളിലീ ഞാൻ .   100

ഏവം കാലക്രമംകൊണ്ടനവധി വകമാ-
    റ്റങ്ങൾ നാട്ടിലുണ്ടാ-
യീവണ്ണം രാജാഭാരക്കൊടിയുടെ തലയിം-
    ഗ്ലീഷുകാർ കയ്ക്കലാക്കി;
ആവും മട്ടിൽ സ്വധർമ്മസ്ഥിതി കുറവു വരാ-
    തോർത്തുനോക്കും ജനത്തിൽ
കൈവർക്കത്തെന്നുമേകും കുളകരുണ കളി-
    ക്കുന്ന കാളി കടാക്ഷം .   101

★ ★ ★

Milton Keynes UK
Ingram Content Group UK Ltd.
UKHW050435280324
440101UK00016B/1103

9 798881 213275